ਪ੍ਰਕਾਸ਼ਿਤ:
ਟਕਸਲ - ਕੈਨਬਰਾ ਪੰਜਾਬੀ ਸਕੂਲ
ਕੈਨਬਰਾ, ਆਸਟ੍ਰੇਲੀਆ
ISBN: 978-1-7646559-6-5

ਕੁਝ ਕਹਾਣੀਆਂ ਕਦੇ ਦੂਰ ਨਹੀਂ ਹੁੰਦੀਆਂ, ਖਾਸ ਕਰਕੇ ਉਹ ਜੋ ਤੁਸੀਂ ਆਪਣੇ ਦਾਦਾ-ਦਾਦੀ ਤੋਂ ਸੁਣੀਆਂ ਸਨ। ਇਹ ਉਹਨਾਂ ਕਹਾਣੀਆਂ ਵਿੱਚੋਂ ਇੱਕ ਹੈ ਜੋ ਮੇਰੇ ਦਾਦਾ ਜੀ ਮੈਨੂੰ ਪੜ੍ਹਦੇ ਸਨ। ਇਹ ਤੁਹਾਡੇ ਦਿਲ ਦੀ ਗੱਲ ਸੁਣਨ ਦੀ ਕਹਾਣੀ ਹੈ, ਤੁਹਾਡੇ ਆਲੇ ਦੁਆਲੇ ਦੇ ਰੌਲੇ ਦੀ ਨਹੀਂ।

ਅਸੀਂ ਇਸ ਕਿਤਾਬ ਲਈ ਤੁਹਾਡੀ ਫੀਡਬੈਕ ਚਾਹੁੰਦੇ ਹਾਂ

canberrapunjabischool@yahoo.com

ਇੱਕ ਸਵੇਰ ਇੱਕ ਛੋਟੀ ਚੂਹੀ ਉਸਦੇ ਦਰਵਾਜ਼ੇ ਤੇ ਝਾੜੂ ਮਾਰ ਰਹੀ ਸੀ ਅਚਾਨਕ ਉਸਨੂੰ ਜ਼ਮੀਨ ਤੇ ਇੱਕ ਚਮਕਦਾਰ ਸਿੱਕਾ ਮਿਲਿਆ।

ਉਹ ਮੁਸਕਰਾਈ। ਅਜ ਇੱਕ ਖੁਸ਼ਕਿਸਮਤ
ਦਿਨ ਹੈ ।

ਇਸ ਨੂੰ ਖਰਚਣ ਲਈ ਕਾਹਲੀ ਕਰਨ ਦੀ ਬਜਾਏ ਚੂਹੀ ਨੇ ਸੋਚਿਆ ਕਿ ਮੈਂ ਉਹੀ ਖਰੀਦਾਂਗੀ ਜਿਸਦੀ ਮੈਨੂੰ ਸਭ ਤੋਂ ਵੱਧ ਲੋੜ ਹੈ।

ਉਸਨੇ ਇੱਕ ਛੋਟਾ ਜਿਹਾ ਰਿਬਨ ਖਰੀਦਣ ਦਾ ਫੈਸਲਾ ਕੀਤਾ - ਦਿਖਾਉਣ ਲਈ ਨਹੀਂ ਪਰ ਕਿਉਂਕਿ ਇਸ ਤੋਂ ਉਸਨੂੰ ਖੁਸ਼ੀ ਮਹਿਸੂਸ ਕੀਤੀ।

ਉਹ ਆਪਣਾ ਨਵਾਂ ਰਿਬਨ ਪਹਿਨ ਕੇ
ਸੈਰ ਲਈ ਗਈ।

ਜਲਦੀ ਹੀ ਦੂਰ-ਦੁਰਾਡੇ ਤੋਂ ਜਾਨਵਰ
ਮਿਲਣ ਆਏ।

ਕੀ ਤਸੀ ਮੇਰੇ ਨਾਲ ਵਿਆਹ ਕਰੋਗੇ? ਕੁੱਤੇ ਨੂੰ ਪੁੱਛਿਆ। ਮੈਂ ਬਹੁਤ ਜ਼ੋਰ ਨਾਲ ਭੌਂਕਦਾ ਹਾਂ!

ਚੂਹੀ ਹਲਕੀ ਜਿਹੀ ਮੁਸਕਰਾਇ। ਤੁਸੀਂ ਦਿਆਲੂ ਹੋ ਉਸਨੇ ਕਿਹਾ ਪਰ ਮੈਨੂੰ ਚੁੱਪ ਪਸੰਦ ਹੈ।

ਕੀ ਤਸੀ ਮੇਰੇ ਨਾਲ ਵਿਆਹ ਕਰੋਗੀ ਘੋੜੇ ਨੇ ਪੁੱਛਿਆ।
ਮੈਂ ਬਹੁਤ ਸ਼ਕਤੀਸ਼ਾਲੀ ਹਾਂ ਅਤੇ ਬਹੁਤ ਤੇਜ਼ ਦੌੜਦਾ ਹਾਂ!

ਚੂਹੀ ਨੇ ਸਿਰ ਹਿਲਾਇਆ। ਤੁਸੀਂ
ਪ੍ਰਭਾਵਸ਼ਾਲੀ ਹੋ ਪਰ ਮੈਂ ਸ਼ਾਂਤੀ ਚਾਹੁੰਦੀ ਹਾਂ।

ਇਕ-ਇਕ ਕਰਕੇ ਜਾਨਵਰ ਆਏ। ਹਰ ਇੱਕ ਵਿੱਚ ਕੁਝ ਨ ਕੁਝ ਖਾਸ ਸੀ-ਪਰ ਕੋਈ ਵੀ ਚੂਹੀ ਨੂੰ ਪਸੰਦ ਨਹੀਂ ਆਇਆ।

ਅੰਤ ਵਿੱਚ ਚੂਹੀ ਨੇ ਸੋਚਿਆ ਮੈਨੂੰ ਕਿਸੇ ਨੂੰ ਚੁਣਨ ਦੀ ਲੋੜ ਨਹੀਂ ਹੈ। ਮੈਂ ਆਪਣੇ ਆਪ ਵਿੱਚ ਖੁਸ਼ ਹਾਂ।

ਫਿਰ ਇੱਕ ਛੋਟਾ ਚੂਹਾ ਅੱਗੇ ਵਧਿਆ। ਉਸ ਨੇ ਕਿਹਾ ਮੈਂ ਨਾ ਤਾਕਤਵਰ ਹਾਂ ਨ ਹੀਂ ਤੇਜ਼ ਦੌੜਦਾ ਹਾਂ ਪਰ ਮੈਂ ਇਮਾਨਦਾਰ ਹਾਂ।

ਪਰ ਮੈਂ ਇੱਕ ਚੰਗਾ ਦੋਸਤ ਬਣ ਸਕਦਾ ਹਾਂ ਜੋ ਤੁਹਾਡੀ ਸੁਣੇਗਾ ਤੁਹਾਡੇ ਨਾਲ ਸਾਂਝਾ ਕਰੇਗਾ ਅਤੇ ਤੁਹਾਡੇ ਨਾਲ ਚੱਲੇਗਾ।

ਛੋਟੀ ਚੂਹੀ ਇੱਕ ਮਿੰਟ ਲਈ ਰੁਕੀ - ਅਤੇ ਉਸਣੇ ਆਪਣੇ ਦਿਲ ਵਿੱਚ ਨਿੱਘ ਮਹਿਸੂਸ ਕੀਤੀ।

ਉਨ੍ਹਾਂ ਨੇ ਇਕੱਠੇ ਮਿਲ ਕੇ ਇੱਕ
ਆਰਾਮਦਾਇਕ ਘਰ ਬਣਾਇਆ।

ਉਸ ਦਿਨ ਉਸਨੇ ਸਿੱਖਿਆ ਕਿ ਸਭ ਤੋਂ ਮਹੱਤਵਪੂਰਣ ਚੀਜ਼ ਸਮਝਦਾਰੀ ਨਾਲ ਚੁਣਨਾ ਅਤੇ ਆਪਣੇ ਦਿਲ ਦੀ ਸੁਣਨਾ ਹੈ।

ਅਤੇ ਕਈ ਵਾਰ ਸਭ ਤੋਂ ਮਹੱਤਵਪੂਰਣ ਵਿਕਲਪ ਹੈ ਆਪਣੇ ਆਪ ਨੂੰ ਚੁਣਨਾ।

ਟਕਸਾਲ - ਕੈਨਬਰਾ ਪੰਜਾਬੀ ਸਕੂਲ ਬਾਰੇ

ਟਕਸਾਲ - ਕੈਨਬਰਾ ਪੰਜਾਬੀ ਸਕੂਲ ਆਸਟ੍ਰੇਲੀਆ ਵਿੱਚਇੱਕ ਗੈਰ-ਮੁਨਾਫ਼ਾ ਸੰਸਥਾ ਹੈ ਜੋ ਬੱਚਿਆਂ ਨੂੰ ਸਿੱਖੀ ਸਿੱਖ ਇਤਿਹਾਸ ਰਹਿਤ (ਆਚਾਰ ਸੰਹਿਤਾ) ਪੰਜਾਬੀ ਭਾਸ਼ਾ ਅਤੇ ਗੁਰਮੁਖੀ ਸਾਖਰਤਾ ਸਿਖਾਉਣ ਤੇ ਕੇਂਦ੍ਰਿਤ ਹੈ।

ਸਾਡਾ ਮਿਸ਼ਨ ਤੀਜੀ ਅਤੇ ਚੌਥੀ ਪੀੜ੍ਹੀ ਦੇ ਸਿੱਖ ਬੱਚਿਆਂਨੂੰ - ਗੁਰਮੁਖੀ ਅਤੇ ਗੈਰ-ਗੁਰਮੁਖੀ ਪਿਛੋਕੜ ਦੋਵਾਂ ਤੋਂ - ਆਪਣੀਆਂ ਜੜ੍ਹਾਂ ਸਿੱਖਣ ਉਨ੍ਹਾਂ ਦੇ ਇਤਿਹਾਸ ਨੂੰ ਸਮਝਣ ਅਤੇ ਸਿੱਖ ਵਜੋਂ ਆਪਣੀ ਪਛਾਣ ਤੇ ਮਾਣ ਕਰਨਲਈ ਉਤਸ਼ਾਹਿਤ ਕਰਨਾ ਹੈ।

ਸਾਡੇਦੁਆਰਾ ਪ੍ਰਕਾਸ਼ਿਤ ਕੀਤੀ ਗਈ ਹਰਕਿਤਾਬ ਇਸ ਮਿਸ਼ਨ ਦਾਹਿੱਸਾ ਹੈ: ਅਗਲੀ ਪੀੜ੍ਹੀਲਈ ਸਿੱਖੀ ਅਤੇ ਸਿੱਖ ਵਿਰਾਸਤਦੇ ਬੀਜ ਬੀਜਣਾ।

ਲੇਖਕਬਾਰੇ

ਨਰਿੰਦਰਕੌਰ ਇੱਕ ਅੰਮ੍ਰਿਤਧਾਰੀ ਸਿੱਖ ਲੇਖਕ ਅਤੇ ਸੱਭਿਆਚਾਰਕ ਕਹਾਣੀਕਾਰਹੈ ਜੋ ਕੈਨਬਰਾ ਆਸਟ੍ਰੇਲੀਆਵਿੱਚ ਰਹਿੰਦੀ ਹੈ।

ਟਕਸਲ - ਕੈਨਬਰਾ ਪੰਜਾਬੀ ਸਕੂਲ ਦੇ ਸੰਸਥਾਪਕ ਵਜੋਂ ਆਪਣੇ ਕੰਮ ਰਾਹੀਂ ਉਹ ਅਗਲੀ ਪੀੜ੍ਹੀ ਲਈਸਿੱਖ ਕਦਰਾਂ-ਕੀਮਤਾਂ ਪੰਜਾਬੀ ਵਿਰਾਸਤ ਅਤੇ ਗੁਰਮੁਖੀ ਲਿਪੀਨੂੰ ਸੁਰੱਖਿਅਤ ਰੱਖਣ ਲਈ ਸਮਰਪਿਤ ਹੈ।

ਉਸਦੀ ਆਂਬੱਚਿਆਂ ਦੀਆਂ ਕਿਤਾਬਾਂ - ਪੰਜਾਬੀ ਸਪੈਨਿਸ਼ ਫ੍ਰੈਂਚ ਡੈਨਿਸ਼ ਹਿੰਦੀ ਅਤੇ ਅੰਗਰੇਜ਼ੀ ਵਿੱਚ ਲਿਖੀਆਂ ਗਈਆਂ - ਸੇਵਾ ਵਜੋਂ ਬਣਾਈਆਂ ਗਈਆਂ ਹਨ ਤਾਂ ਜੋ ਦੁਨੀਆ ਭਰ ਦੇ ਸਿੱਖਅਤੇ ਬੱਚਿਆਂ ਨੂੰ ਇਸ ਗੱਲ 'ਤੇ ਮਾਣ ਮਹਿਸੂਸ ਕਰਨਲਈ ਪ੍ਰੇਰਿਤ ਕੀਤਾ ਜਾ ਸਕੇਕਿ ਉਹ ਕੌਣ ਹਨਅਤੇ ਕਿੱਥੋਂ ਆਏ ਹਨ। ਸੁਪਨੇਦੇਖਣ ਵਾਲਿਆਂ ਪਾਠਕਾਂ ਅਤੇ ਕੱਲ੍ਹ ਦੇਕਹਾਣੀਕਾਰਾਂ ਲਈ।

ਜਦੋਂ ਉਹ ਲਿਖ ਨਹੀਂ ਰਹੀਹੁੰਦੀ ਤਾਂ ਉਸਨੂੰ ਪੰਜਾਬੀ ਸਿਖਾਉਂਦੇ ਭਾਈਚਾਰਕ ਪ੍ਰੋਜੈਕਟ ਵਿਕਸਤ ਕਰਦੇ ਅਤੇ ਸਿੱਖੀ ਦੀਭਾਵਨਾ ਨੂੰ ਲੈ ਕੇਜਾਣ ਵਾਲੀਆਂ ਕਹਾਣੀਆਂ ਸਾਂਝੀਆਂ ਕਰਦੇ ਜਾਂ ਬੱਚਿਆਂਲਈ YouTube ਵੀਡੀਓ ਬਣਾਉਂਦੇ ਪਾਇਆ ਜਾ ਸਕਦਾਹੈ।

ੳ ਅ ੲ ਸ ਹ

ਕ ਖ ਗ ਘ ਙ

ਚ ਛ ਜ ਝ ਞ

ਟ ਠ ਡ ਢ ਣ

ਤ ਥ ਦ ਧ ਨ

ਪ ਫ ਬ ਭ ਮ

ਯ ਰ ਲ ਵ ੜ

ਸ਼ ਖ਼ ਗ਼ ਜ਼ ਫ਼ ਲ਼

ਆਓ
ਰੰਗ
ਕਰੀਏ

ਤੁਹਾਡੀ ਪਸੰਦ ਲਈ ਹੋਰ ਕਿਤਾਬਾਂ

ਤੁਹਾਡੀ ਪਸੰਦ ਲਈ ਹੋਰ ਕਿਤਾਬਾਂ

ਤੁਹਾਡੀ ਪਸੰਦ ਲਈ ਹੋਰ ਕਿਤਾਬਾਂ

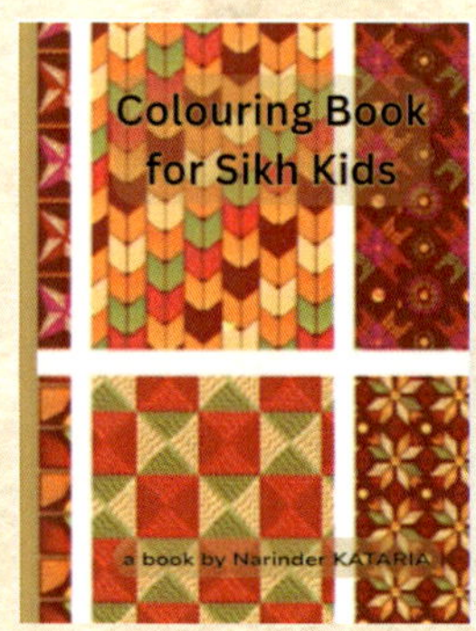

ਤੁਹਾਡੀ ਪਸੰਦ ਲਈ ਹੋਰ ਕਿਤਾਬਾਂ

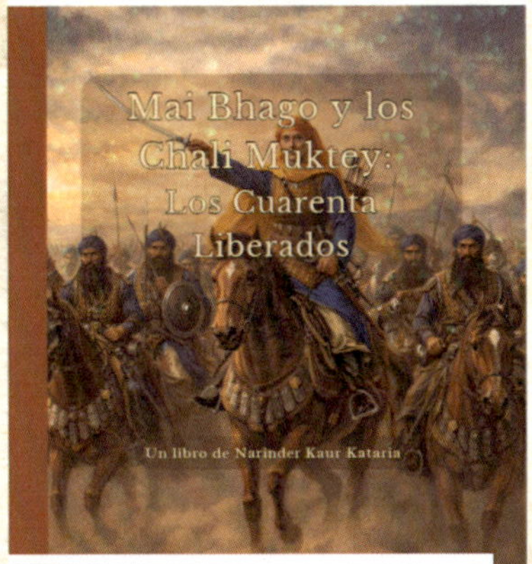

www.ingramcontent.com/pod-product-compliance
Lightning Source LLC
LaVergne TN
LVRC101545220926
848486LV00041B/378

9781764655965